తన్మయ

షాజహానా కవిత్వం

ఛాయ
హైదరాబాద్

THANMAYA
Poetry

Poet : **SHAJAHANA**

©Poet

First Edition : SEPTEMBER 2023

Copies : 500

Published By:
Chaaya Resources Centre
103, Haritha Apartments,
A-3, Madhuranagar,
HYDERABAD-500038
Ph: (040)-23742711
Mobile: +91-70931 65151
email: chaayaresourcescenter@gmail.com

Publication No.: CRC- 103
ISBN No. .978-93-92968-64-8

Cover and Book Design :
Kranthi @7702741570

For Copies:
All leading Book Shops
https:/amzn.to/3xPaeId
bit.ly/chaayabooks

అంకితం...

శశీ☙

నన్ను కనిపెంచి విద్యాబుద్ధులతో పాటు
సాహిత్యాభిరుచిని కూడా నాలో కలిగించి
నన్ను సమాజంలో ఒక కవయిత్రిగా రచయిత్రిగా
నిలబెట్టిన అమ్మీ యాకుబ్బీ అబ్బా దిలావర్లకు
ప్రేమతో...!

ఇస్ కితాబ్ కి కహాని

ఈ పుస్తకం పేరు "మైకే మే హు!" అని పెట్టాలని అనుకున్నాను. అంటే అర్థం పుట్టింట్లో ఉన్నాను అని! ఇక్కడ నిజంగానే పుట్టిల్లును గురించిన ఒక గాఢమైన అనుభూతి ఆడబిడ్డగా రాయడం ఒక కోణంగా కనపడుతుంది. మరో కోణం సహచరుడి కోణం. పుట్టి పెళ్లయ్యేంతవరకు మైకే అంటే పుట్టిల్లే ప్రపంచం అయిన అమ్మాయికి సహచరుడితో వెళ్లిన తరువాత తను అనే అస్తిత్వాన్ని మరచి అతనిగా మారిపోయి అతని దేహాన్ని మైకేగా మలుచుకుంటుంది. తనంటే అర్థం అతనిగా మారిపోతుంది..! తిరిగి తనను తాను కనుగొనడానికి లేదా తన అస్తిత్వాన్ని తాను నిలుపుకోవడానికి చేసే ప్రయత్నానికి కవిత్వ రూపం ఈ మైకే మే హు..! ఇదొక పొయెటిక్ ఇమేజనరీ!

ఈ ప్రపంచం మొత్తం పుట్టిల్లే కదా ప్రతి ఒక్కరికి అనేది కూడా ఒక ఊహ! అందులో ఏది రాసినా ఈ టైటిల్ కిందికి వస్తుంది, ఆ కోణంలోనుంచి చూసినపుడు మిగతా పొయెట్రీ అంతా రిలవెంట్.

అయితే ఇది అందరికీ వెంటనే స్ఫురించకపోవచ్చు. అందుకే రకరకాల కోణాల్లో అందరికీ అర్థమయ్యే పేరును ఆలోచించి ఎన్నుకున్నాను.

సాహిత్యం, పోరాటం అన్నీ కలగలిసిన జీవితమే తన్మయత. అంతకుమించి ఏమీలేదు. బాధ, తీపి, తీపి అయిన బాధ ఇదే కదా జిందగి. జీవితంలో బాధను కూడా ప్రేమించాల్సిన ఒకానొక సందర్భం తప్పకుండా ఎదురవుతుంది. దగ్గరకు తీసుకుని ఓదార్చాలిన సమయం వస్తుంది. ఆ బాధ తన్మయ సమయాలు లేని బతుకు బహుశా ఎవరికీ ఉండదు. ఆ క్షణం గాయాలనూ ప్రేమిస్తాం.

బతుకు నిర్వచనాన్ని ఏ అనుభూతుల దగ్గర కుదించుకోలేము. విస్తరణే తన్మయం.

సాహితీ విద్యార్థిగా ఒక్క పుస్తకానికైనా పూర్తి తెలుగు పేరు ఇవ్వాలనుకున్నాను. అదే తన్మయ.

కవిత్వం, కథలు, నవల ఏదైనా నేను ఏరుకున్న అక్షరాలు ఈ మట్టిలోవే. ఇదంతా ఈ మట్టిలో పుట్టినందుకు తన్మయత. మట్టి పరిమళ ఆఘ్రాణ ఆగ్రహణ తన్మయత. అది ఎప్పటికీ వదలని అత్యంత విలువైన, నేను ఎక్కడా కొనలేని అతి ఖరీదైన తన్మయత. ఈ మట్టి నేర్పించిన అక్షరాలు ఇవి. ఇక్కడ గాయపడిన నేల తర్జుమా ఇది. ఇక్కడ వికసించిన పూల పరిమళం ఇది. బాధ, తీపి కలగలిసిన వాక్య నిర్మాణమిది. జీవిత సహచరుడితో స్వేచ్ఛగా ఉద్యమాల్లో పనిచేయడం, ముస్లిం వాద సాహిత్య సృజనలో పాలుపంచుకోవడం, అందరితో కలిసి ముందుకు వెళ్లడం తన్మయ!

– షాజహానా

కవిత్వంలోకి..

మేరా జహా	9
ఆ అమ్మాయి!	12
అక్షరాలు	13
అమ్మీ	16
ఇవాళ కూడా	18
నెలవంక	21
మొక్కల కోసం!	22
మైకే మే హు! 1	24
మైకే మే హు! 2	28
ఫిషింగ్ 1	30
కొత్త అల్లిక	32
ఊరి పిచుక	34
కుట్రలను కనుగొనండ	36
పొరం	38
ఇవాళ్టి కల	40
ఆజ్	42
మట్టి పరిమళం	43
ఏన్షియంట్ బ్లడ్	44
గులాబీ ప్రేమ	47
బ్లడ్ డ్రాప్ ఆన్ బెడ్‌షీట్	48
ముబారక్	50
ఈద్	52
ఎప్పుడు శుభ్ర పడుతుంది దేశం	54
మనిషిని కోల్పోయాక	56
ఆమె అమ్మ	59
కవల	61
జాడ	63
పక్షి	65
నీ కోసం	70
ఫిషింగ్ 2	73
జీవితం	74
లవ్ వేవ్స్	75
మౌసమి	80
తప్పిపోయిన మోదుగాకు	82
ప్రయాణం	85
గోడ	87

వెన్నెల	89	కితాబ్	103
రాత్రి వాన	90	తుమ్ మేరా దోస్త్ హై!	105
నది 1	92	బిడ్డా...!	107
ప్రేమ	92	తీగ మీద నడక	109
యుద్ధం 1	93	ప్రేమ	112
మార్నింగ్ సిప్	95	హరాభరా సప్ను	113
రాత్రి	97	అమర ప్రేమ	115
నది 2	98	మార్నింగ్ సాగా	116
యుద్ధం 2	99	నిప్పుకణం	119
రచన	101	ఈద్ సాయంత్రాలు	121

మేరా జహా

అర్ధరాత్రి వెన్నెలను దేక్షాకెత్తి
నక్షత్రాలను తెంపుకొస్తుంది అమ్మీ

ఈద్ నాడు లేచేసరికి
ఫాతెహా ఇచ్చిన షీర్ ఖుర్మా
కొలువుదీరిన దస్తర్‌ఖాన్
మాకోసం ఎదురు
చూస్తుంది

నిద్ర దూరమైన అమ్మీ కళ్లు
పోటీ పడి ఖాళీ చేసే
మా సేమ్యా కటోరాలను చూసి తృప్తిగా నవ్వుతాయి

అమ్మీ కళ్ళ నుంచి
రాలిన మెత్తని చమ్కీ మెరుపుని తీసి
పాపిట నిండా అలుముకుంటాను

అమ్మీ తొడిగిన కొత్త దుస్తులతో ఆ రోజు కాలం
ఈద్ మనాయిస్తుంది

పండగ అంటే..
అమ్మీ ఈద్‌కి వేసుకునే రాళ్ల గాజుల తళుకు
మా కళ్ళు అద్దుకోవడం
మా లేలేత పాలపుంత కలల కనుహొంపుల కింద
అమ్మీ రాసే సుర్మా మేఘ రేఖల సౌందర్యం

ఎపుడైనా బాధల్లో
పుట్టింటి నుంచి అరణంగ వచ్చిన దుఃఖం అమ్మీకి తోడు
నిఖా అయినంక
అమ్మీ అబ్బాలను వదిలి
మా అబ్బా చేయి పట్టి
జిందగిలోకి అడుగేసిన అమ్మీ

వాకిట్ల తేలిన పలుకు రాళ్ళని తవ్వి తీసి
నడక నేర్పక మునుపే
మా పసి పాదాల నొప్పిని
ఏరి పారేసిన అమ్మీ
దునియా వెలుగుల పరిచయానికి దారులు వేసిన అమ్మీ

ఎన్ని బాధలు
మౌనం ఎంత ఓరిమి
మౌనం ఎంత ధిక్కారం

అమ్మీ..
మౌనాన్నే మాకు మాటలుగా ప్రశ్నలుగా
ఉగ్గు పట్టిన ఆ క్షణాలు
ప్రతి అక్షరంలో
ప్రతిబింబించే అమ్మీ అంతరంగ తరంగాలు

10 • తన్మయ

తెచ్చిచ్చిన జీతంతోనే
నెల రోజులను
పొందిగ్గ పొదుపుగ

మృదువుగ జరుపుతూ
అబ్బాతో సహా ఎవరు గాయపడకుంట
అమ్మీ నడిచిన నడత నేనెప్పటికీ రాయని దృశ్యకావ్యం
రాలే నిశ్శబ్ద కన్నీటి చుక్కల్ని అంతే నిశ్శబ్దంగ
కొంగులో మూట కట్టుకున్న సంపన్నురాలు అమ్మీ

ఏ అమృతం ఉంటుంది
అమ్మీల హృదయాల్లో
లోకాన్ని అజరామరం చేసేంత

లెక్క లేనన్ని కష్టాలను ఓర్చుకున్న అబ్బా అమ్మీ
చెప్తున్న పాఠమే నిత్యం
'జీవితం పరిపరి విధాల దడిపిస్తది..
భయపడకు బిడ్డా'

వాళ్లిద్దరి చిరునవ్వే..
ఎదనిండా పరుచుకునే
నాకిష్టమైన పండగ

ఆ అమ్మాయి!

అనగనగా ఒక చిన్నారి
భూమి మీద కాలు పెట్టింది
వెంట కవిత్వాన్ని తీసుకువచ్చి
పంచడానికి కావొచ్చు

ఆ తర్వాత
ఆ విషయాన్నే కథగా మార్చి
వాళ్ళమ్మ జోలపాట పాడింది

వాళ్ళ నాన్న చేతుల్లో
ఎత్తుకుని
ఊయల ఊపగా
పెరిగిన చిన్నారికి
నక్షత్రాలు
చేతిలోకి వచ్చి కూర్చున్నాయి
ఆ అమ్మాయి వాటితో ఆడుతూ ఉంది

అక్షరాలు

మడిలో చల్లినవి చల్లినట్టే
మొలిచి నవ్వినట్టు
పలకరించేవి

ఏమైందో
తప్పిపోయినట్టు కనిపించడం లేదు
కొద్దిసేపు కనిపించకున్నా
ఏమి తోచదు

తోక నక్షత్రాల్లా
ఒకదాని వెంట ఒకటి
పరుగు పెడుతూ వచ్చేవి
ఏమైందో రెండు రోజులుగా
అదృశ్యం

అలిగి అటకెక్కి దాక్కున్నట్టు
నేనే ఏమన్నా అన్నానో ఏంటో
విసుక్కున్నానో

షాజహానా ● 13

పిలుస్తూ వెళ్తున్నా
వెంట వస్తాయనే
అనుకుంటున్నా

చిన్నప్పుడు ఇష్టంగా
దిద్దినవి

ఎప్పుడు
సేద తీరుస్తూనే ఉంటాయి
ఎప్పుడూ నాతోనే ఉండాలి
అనుకుంటాను

అవి
పక్షుల్లా ఎగురుతుంటాయి
చేపల్లా ఈదుతుంటాయి
మనసుకు దొరకము అంటూ జారిపోతుంటాయి

సందెవేళ
ముద్ద పట్టుకుని బిడ్డ వెంట
తిరిగి పరిగెత్తి
అలసిన అమ్మలా
వాటి వెంటపడి
కూర్చుంటాను

అప్పుడిక నెమ్మదిగా
బుద్ధి మంతులైన
పిల్లల్లా
ఒక్కొక్కటి ఒక్కొక్కటి

14 ● తన్మయ

సాయంత్రం వెలిగే చుక్కల్లా
కనుల ముందుకు వచ్చి
మనసులో వెలుతురు జాతర చేస్తాయి

అక్షరాలు పదాలై వాక్యాలై
నన్ను ఓదార్చి ఆడి
కాగితం మీద కుదురుగా కునుకు తీస్తాయి
నిజంగా అవి ఉన్నాయి కనుక
ఇంకా నేను ఉన్నాను!

అమ్మీ

అమ్మ చాలా పొదుపు చేస్తుంది
పాలుకాచి తోడుపెట్టి వెన్న కూడా తీసి
పిల్లలకు నెయ్యి రుచి కూడా చూపించింది

అమ్మ చాలా ముందుచూపు కలది
చిన్న కోడిపెట్టని కొని పొదిగేసి
పిల్లల్ని చేయించి
వాకిట్లో పెద్ద సమూహాల్ని సృష్టించింది

ఇప్పుడు ఇంట్లో నిశబ్ధం
కావాలన్నా నిలబడదు
అమ్మ ఇప్పుడు పిల్లలకు
ఆటబొమ్మలు కొనక్కరలేదు
వాళ్లకు కోళ్లను బహుమతిగా ఇచ్చింది

గుడ్లను కూడా కొనదు
కోడి పిల్లలకు దోసిళ్లతో
బియ్యం చల్లించడం వల్ల
అమ్మీ బిడ్డలకు
ఆకలి విలువ తెలిసింది

అమ్మ ఎన్నో పాదులు వేసింది
అమ్మ చేతిలో మహిమ ఉంటుంది
అన్నీ చిటికెలో పెరిగి పూతా కాతా
ఆకుపచ్చని ఆక్సీజన్‌ను పిల్లల గుండెల్లో నింపుతుంది
ఆకు కూరల మడులు
పిల్లల భవిష్యత్ ప్రణాళికల మల్లే
మల్లె మందారం గులాబీ కనకాంబరం ఎప్పుడూ
పిల్లల జడలకోసం పూలు కొననేలేదు అమ్మ
అన్నీ తన అరచేతుల్లోనే అలంకరణ

ఇన్ని చేసినప్పుడు ఏమి అనిపించలేదు
ఇదిగో ఇది గుర్తొచ్చి మాత్రం నవ్వొచ్చింది
ఎందుకో ఇంత జాగర్త అని

ఎన్ని చేసినా
అమ్మకు ఇంకా పిల్లలకు ఏదో చేయాలనే తపన
తన రాలే జుట్టు పోచను కూడా పోనివ్వకుండా దాచిపెట్టి
మొన్ననే పిల్లల కోసం టీ గిన్నె కొన్నది

అమ్మను ఆటపట్టించి అల్లరి చేసే నాకు
ఇది రాస్తుంటే
ఎందుకో
బయట చూరుకు రాలుతునట్టు
కళ్ళెంట ఒకటే వర్షం!

ఇవాళ కూడా

ఎలా తెలుసుకుంటుందో ఏంటో
నేను వచ్చానని
చిన్ననాటి దోస్తులా
ఉరుక్కుంటు వచ్చింది

నన్ను పలకరించి
పువ్వులు పువ్వులుగా నవ్వింది
దారిలోనే కాసుక్కూసుంది

ఎదురేగి ఆపాదమస్తకం
తడిపేసింది

ఎట్లా తెలుస్తుంది
ఏ వేగులు చెప్తారు
తెలియదు
కానీ
నేను రాగానే
తను వచ్చేస్తుంది

భూమి మీద పచ్చని మొలకలుగా

18 ● తన్మయ

దున్నిన చెలకలుగా
మారి ఎదురు చూస్తుంటుంది

నేను రాగానే
జల్లులు జల్లులుగా హై ఫై ఇస్తుంది

ఎలా కని పెట్టేస్తుంది
తెలియదు

ఆకుల మీద నుంచి
నీటి ముత్యాలను రాల్చుతుంది

త్రుణం శిరస్సు మీద
ఇంద్ర ధనుస్సులను
సృష్టిస్తుంది

ఎలా పసి గడుతుందో ఏంటో
మబ్బుల ఉయ్యాలలో నిదురోయే
సింగిడిని భూమి మీదకు
పంపిస్తుంది

చినిగి కొట్టుకుపోయి
ఎండిన కాగితం పడవలని
వీధిలో ఎవరి పిల్లలో
అమృతంలో ముంచి
బాల్యాన్ని అజరామరం చేస్తున్నారు

నీళ్ళు అమృతం
నీళ్ళు సంజీవని
నీళ్ళు బాల్యం
నీళ్ళు యవ్వనం
నీళ్ళు విసుక్కునే వృద్ధాప్యం..
నీళ్ళు.. అన్నం కవిత్వం
తడిసి ముద్దయిన
నువ్వు నేను

(తను వస్తున్నప్పుడు నేను వస్తానో.. నేను వచ్చినప్పుడు తను వస్తుందో తెలియకనే కురిసే వర్షం కోసం.. పాల్వంచ 9:20, జూలై 5)

నెలవంక

మిద్దె నెక్కి
నాలుగు నెలవంకలను
కలిపి విప్పి
ఆకాశంలోని నెలవంకను
చూసి మైమరిచి
ఇంట్లోకి వచ్చింది

కురులు దులిపి అల్లుతుంటే
రాలి పడింది
చేతిలోకి
నెలవంక
ఇందాక కనురెప్పలు పట్టుకున్నదే

షాజహానా ● 21

మొక్కల కోసం!

మొక్కల కోసం
నర్సరీకి వెళ్ళాలి
ఎన్ని పూలనో కాయితం
మీద రాసి ఉంచాను
నేలపై పూయించాలి!

ఆలస్యమైంది
నాకు నేనే
బతిమిలాడుకుని
బయలు దేరాలి

నాపరాళ్లు అందంగా
పరిచిన ప్రదేశంలో
మొక్కలు
నాటలేకపోయాను

చారెడు నేల లేక
కాయితం ముక్కమీద
ఆకు పచ్చని మొక్కలు
చాలా నాటాను

ఇపుడిక
కొన్ని మొక్కలు
నిజంగానే నాటాలి
శూన్యానికి
రూపం ఇవ్వాలి
రంగులు అద్దాలి
కొన్ని మొక్కల కోసం
వడివడిగ నడవాలి

పడావు పడిన
కలలకు
కదలిక ఇవ్వాలి
ఆ మొక్కలు
కథలవుతాయా
కవితలు పూస్తాయా
నవలలుగా
నవుతాయా మెరుస్తాయా
ముందు కొన్ని మొక్కలు తేవాలి!

(గత నాలుగైదు నెలల నుంచి మొక్కలకు దూరమైన బాధ 2021లో రాసినది)

మైకే మే హు! 1

ఏక్ సాల్ హెూ గయా
ఘర్ జాకే

వెళ్తుంటే దేహమూ మనసు వణుకు
పుట్టిల్లు ఇచ్చే పట్టలేనంత ప్రేమని
ఎట్లా పట్టుకోవాలో
అని

పట్నంలో ఖాళీ అయిన మనసును
నింపుకోవడానికి వెళ్తూనే ఉండాలేమో
ప్రేమ ఎక్కువై
బహుశా నిండి పొంగి పొర్లుతుందేమో

అదేనేమో ఈ వర్షం
ఒక దేహం సరిపోదు కావొచ్చు ఇంత ఆత్మీయత వొంపుకోవడానికి

ఎంత అదృష్టం ఉంటే ఇలాంటి ఒక ప్రేమధారల పొదరిల్లు ఉంటుంది
ప్రేమనిండిని మనుషులు మాత్రమే ఎంత నిండుగా ఎదురు చూస్తుంటారు
కూతుళ్ళ కోసం!

ఎన్ని రోజులైనా ఎన్ని యుగాలైనా
చెక్కు చెదరని కన్నప్రేమ
దేనితోను కొలవలేని
లెక్కకట్టలేనంత గొప్ప పేగుబంధం

ఆనాటి విరగపూసిన పూలమొక్కలు లేకపోవచ్చు జ్ఞాపకాలపూలు
నలుమూలలా పలకరిస్తాయి కదా

గుత్తులు గుత్తులుగా విరుస్తూ
ఇంటి చుట్టూ తీగలు సాగుతాయి కదా

ఎంత అదృష్టం ఉంటే ఇంతటి ప్రేమమూర్తులు దొరుకుతారు..?
ఎంత అదృష్టం ఉంటే తప్ప
ఇట్లాంటి ఇంట్లో పుట్టి ఉంటాము

చేసిన తప్పులన్నీ గుండెల్లో దాచుకుని ప్రేమని అమృతంలా పంచుతున్న
ఇల్లు ఉండడం ఎవరికైనా ఎంత అదృష్టం!

జ్ఞాపకాలన్నీ పూడిపోతే పోనీగాక
ఆ స్థలంలోనే ఇంకా ఒక ఇల్లు
ఉండడం ఎంత మంచి విషయం

పారదర్శకంగా కనిపించే ప్రేమలో
వెతికినా పంటికింది రాయంత ద్వేషం కూడా
కనపడని ఒక ఇల్లు ఉండడం ఎంతటి వరం!

అసలు పుట్టిల్లు ఎందుకు ఉండాలి తెసుసా..
బయటి ప్రపంచపు దు:ఖాన్ని కరిగించి ఓదార్చే ఒడికోసం

ముక్కలైన హృదయాన్ని అతికించి వెన్ను నిమిరి
చెదిరిన మనిషిని నిలబెట్టడానికి

ఒంటరివి కాదు అని వెనుక నిలబడి ముందుకు నడిపించడానికి
గాయమైన జీవితానికి ఔషధం అందించడానికి
దునియా అంతా కలిసి బందీని చేసినా
ఇక్కడ రెక్కలు విప్పుతారని

పుట్టిల్లు ఎలా కట్టి ఉంటుందో తెలుసా
ఆ ప్రతీ ఇటుకలో బిడ్డ చేతిస్పర్శ కలిసి ఉంటుంది
వేసిన ప్రతి అడుగు ముద్రలు
వాకిలి గుప్పెట మూసి దాచిపెట్టి ఉంటుంది

ఇల్లు అంటే తిరుగాడిన నవ్విన ఏడ్చిన పంచుకున్న జ్ఞాపకాల నిధి

అన్ని కలగలిసిన తీగలను
తెంపుకుని ఎక్కడెక్కడికో
ఎట్లా ప్రయాణం సాగుతుందని

తెలుసా పుట్టిల్లు ఎప్పుడూ
ప్రేమకే మారుపేరు అని.. ముందు అని
డబ్బు స్థానం దాని తర్వాతే అని

కొందరికి కొత్తగా పరిచయం
పాత పరిచయాల పలకరింతల అనుభూతులు
దారిలోనే పరామర్శలు
గాలికి చెట్లు పూలు రాలుస్తున్నట్లు
వీధంతా

26 • తన్మయ

ఇంటికి వెళ్తున్నామన్న ఊహే ఎంత గొప్పగా ఉంటుంది

ఎవరు సృష్టించలేని అత్యద్భుత
అమలిన ప్రేమ కోసం
ఎంత దూరమైనా
ప్రతిరోజూ
ప్రయాణించాలని
ఎవరికి మాత్రం ఉండదు

ఏ ప్రేమైనా ఎక్కడైనా దొరుకుతుంది
పుట్టింటి అతులిత ప్రేమ అక్కడ తప్ప ఇంకెక్కడా ఉగ్గు గిన్నెంత కూడా దొరకదు
సప్త సముద్రాలు దాటి అయినా సరే ఎగిరి రావాలి
ఎక్కడ ఉన్నా ఎంత కష్టంలో ఉన్నా
నువ్వు ఎవరివి అయినా
పుట్టింటికి మాత్రం పోయి వస్తుండాలి
వీలైనంత ప్రేమని మనసుతో
పొదవి పట్టుకుని
జీవితాంతం దాచుకోవాలి!

తెలుసా.. ఇలాంటి ఒక పుట్టిల్లు కోసం ఎన్నెన్ని జన్మలైనా ఎత్తొచ్చని!

(11.07.2022, నవభారత్, పాల్వంచ)

మైకే మే హు! 2

మనసుకు నచ్చే పుట్టినిల్లు
విడిది
నా దేహమా
నీ దేహమా..?

నాలోంచి ప్రయాణించి
నీలోకి మారి
నీవుగా మారి
పొర్లి దేహమంతా
నీ హృదయంలో ముడుచుకు పడుకుని
హృదయమంతా కాళ్ళుచాపి
నీ దేహంలో ఈత కొట్టి
నిన్ను విడిదిగా చేసుకుని

అంతా అన్నారు
అది నీ ఇల్లు కాదు
అని

నీలోకి వచ్చాక
ఎపుడైనా కొత్తగా ఉన్నానా

నా దేహాన్ని మరిచి
నీలోనే ఇల్లేసుకున్న

నా దేహం ఎన్నిసార్లు ఒంటరి అయి ఉంటుంది
అస్తిత్వాన్ని మరిచి
తుడిచి నీలాగా మారి
నేనును మరిచి
నువ్వుగా మారి

మనసుకు ఏది పుట్టినిల్లు
దేహమా ప్రేమా

ఫిషింగ్ 1

పొద్దున
కొందరు అమ్మాయిలు
కొందరు అబ్బాయిలు
కొందరు నడికారు
ఆ పై వయసు వాళ్ళు
బయలు దేరారు

కొన్ని అధునాతన వలలతో
అధునాతన ఎరలతో

సాయంత్రం
ఉట్టి చేతులకి చేపలు పడతాయా
అయినా బయలు దేరా

ఏరు ఖాళీ.. అయిందనుకున్న
సమయం వృధా అనుకున్నా

అయినా ఎదురు చూశా
ఈదుకుంటూ
దోసిట్లోకి కొట్టుకొచ్చింది

30 • తన్మయ

అందాల నెలవంక

ఊరుకి ఏరు ఉండడం
ఎంత అదృష్టం

ఫిబ్రవరి 2022

కొత్త అల్లిక

తెలియకుండానే ఒక లల్లబి
లోపల తయారు అవుతుంది
అల్లరి చేస్తుంది

పాతకాలం నాటి అల్లిక
కొత్త స్వరంలో ఊయల ఊగుతుంది

లల్లబీని అడిగాను
ఏ ఊరు నీది అని
నవ్వి అన్నది కనుక్కో అని

ఎక్కడో విన్నట్టు నాలోనే
దాగి ఇప్పుడు బయటికి వచ్చినట్టు

మరి నా లోపల ఎవరు దాచారు ఈ రాగాన్ని
అమ్మతో మాట్లాడాను

అమ్మీని అడిగాను అదే ప్రశ్న
అమ్మీ అన్నది

నీకు ఇంకా అర్థం కాలేదా
ఆ పాట నేను కోల్పోయిన నిద్ర
ఎంతకు పడుకోని నీ మెలకువ
అందరిలాగానే నువ్వు మరచిన సుతిమెత్తని ఒడి

అమ్మీ చెప్తూనే ఉంది
లాలి పాట ఇపుడు కూడా వినిపిస్తూనే ఉంది
కళ్ళ వెంట ప్రవహిస్తూ...

2 అక్టోబర్ 2022

ఊరి పిచుక

నిశ్శబ్దం మేట వేసిన
బాల్కనీలోకి
ఊర పిచ్చుక
ఒకటి వచ్చి ఊసులు చెప్పింది
కదలని కాలానికి చలనాన్నిచ్చింది

చూడగానే
ఎంత ముచ్చట
పోగొట్టుకున్న నిధి దొరికినట్టు

మర్చిపోయిన ఊరును
ముక్కుతో పట్టి
తీసుకు వచ్చింది

పిచుక అరుపులలో
ఊరు నోరారా
మాట్లాడుతున్నట్టుంది

పిచ్చుక వేగం చూసి
మరచిన నడక యాదికచ్చింది

ముక్కుతో రాస్తూ
తోకతో చెరుపుతూ
బాల్కనిలో రచయిత్రి అయింది
పూరింటి సూరు తుంపును
మోసుకు వచ్చింది

ఇక్కడ ఎక్కడ గూడు
కడుతుందో

ఇసుకలో ఊరవిష్కె ఆడినపుడు
బూరు విరబూసినట్టు
బాల్కనీల మెత్తని విన్యాసమైంది
చిన్ని కొమ్మల మీద ఎక్కి ఉయ్యాలలూగింది

పిచ్చుకను అంతసేపు చూసే అదృష్టం పట్టింది ఇయ్యాల పొద్దున్నే

తిని పోతూపోతూ పిచ్చుక
నాకోసం ఇన్ని
గింజల్ని రాల్చింది

(2 ఫిబ్రవరి 2022)

కుట్రలను కనుగొనండి

ఇష్టంలేని వాటిని
తిరిగి నీ చేతితో
ధరింప చేసే కుట్ర

నువు పలకడానికి ఇష్టపడని మాటలను
పతాక శీర్షికలు చేసే యాప్‌ల కుట్ర

ఒకరు ఫోటోలు వేలం వేస్తే
మరొకరు పంజరం తయారు
చేసే కుట్ర

నువు దూరం చేసిన వాటిని
చుట్టూ పేర్చుతున్న కుట్ర

దేనిగురించి కొట్లాడాలో
నిర్దేశం చేసి
సమయాన్ని వృధా చేస్తున్న కుట్ర

యుగాలు పోరాడి
తెచ్చుకున్న స్వేచ్ఛను
బూడిదలో పోస్తున్న కుట్ర

మనలో లేనివి ఉన్నట్లు

ఉన్నవి లేనట్లు
కల్పిస్తున్న భ్రమల కుట్ర

వదుల్చుకున్న చేతులతోనే
ఇనుప పరదాలను
తయారు చేయిస్తున్న
చేస్తున్న కుట్ర
సాంస్కృతిక చిహ్నాం
హిజాబ్ ఒక్కటేనా..?
లాల్చి పైజమా టోపీ కాదా..?

హిజాబ్‌కు పోటీగా
కాషాయాన్ని దించినందుకు గాను
హిజాబ్ మరింత
పటిష్టమవుతున్న కుట్ర
బుర్ఖాకు మరిన్ని పొరలు కలిపి
భరించలేనంత మందంగా
తయారుచేస్తున్న కుట్ర

ప్రాణంలేని వస్త్రం కోసం
ఇంత మంది ప్రాణం పణం
ప్రపంచం జెట్‌స్పీడ్‌లో ముందుకు వెళ్తుంటే
కొన్ని అడుగులు వెనక్కి
ప్రయాణం

మీరు మీరు కాదు
నిర్ణయించాల్సింది
ధరించాల్సిన వాళ్ళం..!

పాఠం

ఎరుపు గులాబీలతో పాటు నల్ల గులాబీలు పూయించే రైతులు ఉన్నారు..
అని చెప్పాను
నిజమా మా రంగు గులాబీలు పూస్తాయా..?
ఆ అమ్మాయి విస్మయం నన్ను అడిగింది

నిజం అని చెప్పగానే
ఆ చిన్నారి ముఖంలో
నల్ల గులాబీలు తెల్ల గులాబీలు ఎన్నెన్ని రంగులు పంటగా విరిసాయని..!
అపుడు రైతుని

కేవలం నలుపు తప్ప ఏమీ కనపడదు అని ఆ చిన్నారి
కళ్ళు తలవాల్చి మౌనం అయినప్పుడు
నేను అన్నాను..
ఇక్కడ ఒక్కొక్కరికి ఒక్కో
వర్ణ అంధత్వం..
అందరూ నీలాంటి వాళ్ళే అని

గుండెల్లో పాటను దాచుకుని
వేదిక కోసం వెతుకుతున్న చిన్నారికి చెప్పాను

38 • తన్మయ

నువు నిలుచున్న ప్రదేశమే
పుట్టి పెరిగిన మట్టి రేణువే
మహా వేదిక అని..

ముందు రోజుటి పాఠం అప్పజెప్పి అలసిన విద్యార్థిని స్వరానికి
నా చే సంచిలోంచి నీళ్ళు తీసి ఇచ్చాను
ఇంకేమీ బోధించలేదు..!

(యూనివర్సిటీ ఆఫ్ హైదరాబాద్లో గెస్ట్ ఫ్యాకల్టీగా చేసినప్పుడు)

షాజహానా • 39

ఇవాల్టి కల

ఇవాళ ఏం చేయను
ఈ రోజు నాకు లభించిన కాలాన్ని
కొంచెం సేపు పక్షిని అయ్యాను
కానీ చాలా బోనులు కనిపించాయి

కొద్దిసేపు మబ్బునయ్యాను
గాలి పరుగెత్తుతూ నా వైపు వస్తుంది
కొద్ది కాలం అందమైన తోటను అయ్యాను
పూలను.. పళ్ళను స్వప్నిస్తూ...

ఒక కట్టెలు అమ్మి జీవించే వ్యక్తి
గొడ్డలితో సహా వస్తున్నాడు

ఎక్కడికి వెళ్ళాలి
ఏ రూపులోనైనా వచ్చి బాధించగలడు

ఇప్పుడు నేను భూమిగా మారాను
నన్ను బాధిస్తే.. తనూ ఉండడు

స్త్రీని అవమానిస్తే
అది అతనికీ అవమానమే

40 • తన్మయ

ఇక ఇప్పుడు
నా కల నవ్వింది
నా చుట్టూ వాతావరణం నవ్వింది

మరో మధురమైన రోజును
మరో మంచి కలను కోరుకుంటూ

నాకు చెందిన ఈ రోజు
నా ఒడిలోనే నిద్రపోయింది!

షాజహానా ● 41

ఆజ్

పొద్దున్నే కళ కళగా నవ్వి
సాయంత్రం నిశ్శబ్దంగా
రాలిపోయింది పువ్వు
జీవితం అంటే ఇంతే అని
హృదయాలలో ప్రతిధ్వనిస్తూ
ప్రతి చోటా దృశ్యమానం
పూల నవ్వులుగా
పిట్ట పాటలుగా

పూవులు.. పక్షులు.. కొందరు మనుషులు
నా కోసం రచించినట్టుగా ఉంది లోకం..!

మట్టి పరిమళం

బడి ప్రాంగణంలో
ఇష్ట పడి కురిసిన వాన
నీళ్లలో పొర్లాడి ఆడి
కవిత్వంలో ఇట్లా వాక్యాలై
తడిసిముద్దై...

నడిచి వచ్చిన మట్టిని
ఎట్లా దులుపుకుంటాము

ఏన్షియంట్ బ్లడ్

నిజం మాట్లాడే రక్తం
అవమానించబడుతుంది

శరీరంలో ధమనుల్లో సిరల్లో కాక ప్రవహించే ఋతువును చూసి
అవమానిస్తుంది

నా మరక నీ పుట్టుక ఆనవాలు అని పదేపదే ఓనమాలు దిద్దపెడతాను
అయినా అర్థం కాదు

ఇక్కడ స్త్రీని అవమానించడానికి ఎవరైనా సిద్ధం
వయసుతో నిమిత్తంలేదు

తరాలకింద దవఖానాలు లేని రోజుల్ల నీ ముత్తాతని
కన్నతల్లి శరీరం అదే భాగం చిట్లి నీ వంశం కొనసాగి ఉంటుంది

అలాంటి స్త్రీ రక్తం జాడనే
నా బట్టల మీదా నువ్వు చూసింది
కొత్తేమీ లేదు
అది అవమానం కాదు
జీవి పుట్టుక రహస్యం

యూనివర్సిటీలు
ఆఫీసులు
నువ్వు ఎరకోసం వేచి ఉండే తోడేలువే
అయినా సరే వేటాడ్డం
నీవెనుకటి తరాల అవ్వలకు కత్తితో పెట్టిన విద్య

దిస్ ఈజ్ ఏన్షియంట్ బ్లడ్
మనిషి మొదలైంది కొనసాగుతోంది ఇదే రక్తంతో
నలు చెరగులా అదే స్ఫూర్తి

ఒక్కమాట
భయపడినవాడు
ఓటమి భయం ఉన్నవాడు
పిరికివాడు
మేధతో సమాధానం ఇవ్వలేని వాడు
వెనకచేరి కుట్రలు చేస్తాడు
ముందుకు వచ్చి మాట్లాడటానికి
కల్తీలేని ధైర్యం కావాలి

వాడు ఖచ్చితంగా
స్నేహం ముసుగులో
చుట్టూ నడయాడేవాడే
నీ ప్రతీ మాటకూ
నానా అర్థాలు చెప్పేవాడే
నీకు తెలియకుండా
నీ దోస్తు అని చెప్పుకునే దుర్మార్గుడే
అనుక్షణం నిన్ను
నీకు తెలియకుండా ధ్వంసం చేయాలనిచూసేవాడే
నీ అక్షరాల్ని దొంగిలించాలని చూసేవాడే

ఎందుకంటే
మానవ మనుగడ
ధమనులు సిరలతో నిర్మితమై ఉంది

గులాబీ ప్రేమ

దూరం ముల్లులా గుచ్చుతున్నా
జ్ఞాపకం నిత్య పరిమళం

చిన్నప్పుడు ఇష్టంగా ఇంటి చుట్టూ
నాటిన కొమ్మలు ఎన్నెన్ని పూలు ఇచ్చాయని

ఇప్పటికీ మనసు కొమ్మ మోస్తూనే ఉంది
గుత్తులు గుత్తులుగా విరుస్తూనే ఉంది

ఎన్నిసార్లు గుచ్చుకున్నా
ఒక్క మొగ్గను చూడగానే అంతా మాయం

తెల్లవారు ఝాము నుంచి
ఒక్కో రేకు విప్పుకుంటూ
నేను లేచేసరికి వాకిట్లో
అందంగా గుడ్ మార్నింగ్ చెప్పేది

ఏంటో
నేలలో స్వేచ్ఛగా విరగపూసే తనను
ఇప్పుడు కుండీల్లో కుదించుకు పూసే తనను చూస్తే
నన్ను నేను చూసుకున్నట్టే ఉంటుంది

బ్లడ్ డ్రాప్ ఆన్ బెడ్షీట్

అతనెంత చిరాగ్గా చూస్తాడంటే
భ్రుకుటుల మధ్య చిక్కుకుని
భూగోళం మొత్తం విలవిల్లాడుతున్నట్టుంటుంది

ఇంకా ఎందుకు శుభ్రం చేయలేదు..?
విసుగు ప్రవహిస్తుంది
బెడ్కి ఒక పక్కన

నాలో ఇంకా ప్రవాహమాగనే లేదు
అని చెప్పాలనుకుంటా

చాలాసార్లు మౌనంగానే మిగిలిపోతా

"ఇంకెన్ని రోజులు"
కళ్ళు ప్రశ్నార్థకాలై గుచ్చుతుంటై

అంత అసహ్యంగా మొహం పెట్టినప్పుడు
చెప్పాలనిపిస్తుంది

48 ● తన్మయ

నీకూ కారితే తెలుస్తది
అయినా నువ్వెందుకు ఉతక్కూడదు
గట్టిగా అడగాలి అనుకుని

నువ్వూ నేనూ అందరం
ఆ మరకలోంచే వచ్చాం అంటాను ఎంతో ఓపిగ్గా
ప్రతినెలా అనుభవించే నొప్పికిలా

ముబారక్

మంచి జరగాలని
కోరుకోవడం తప్ప
ఇపుడు శుభాకాంక్షలు
ఇంకెలా తెలుపుతాము
అంతటా శాంతి నెలకొనాలని తప్ప

అనుకున్నవన్నీ జరగాలని
ఆశంచడం తప్ప కొత్త సంవత్సరాలలో
ఇంకేమి కోరుకుంటాము

చీకటి కమ్మిన ఆకాశంలో నెలవంక
ధరహాస రేఖ విరియాలని
తప్ప ఇంకేమి కోరుకుంటాము

యుద్ధాలు జరుగుతున్న భూమిలో
పచ్చని మొక్కలు పలకరించాలని
చిన్నారులు భయం లేకుండా
చెట్లకింద ఆడుకోవాలని తప్ప
ఎవరైనా ఏమి కోరుకుంటారు
యుద్ధం ఎవరికీ దొరకకుండా

50 • తన్మయ

ఎప్పటికి జనజాతరలో తప్పిపోవాలని కాక

తప్పిపోయిన వారంతా
ఎవరింటికి వారు
ఎవరి హృదయాలకు వారు
చేరువ కావాలని
చేరుకోవాలని తప్ప

మంచి మాత్రమే జరగాలని
చెడు తప్పుకోవాలని తప్ప
ఎవరమైనా ఇంకేం కోరుకుంటాము

ఉగాది షడ్రుచులు
అందించిన దోస్తులు
రంజాన్ నెలవంకలై
హృదయంలో శుభాకాంక్షల చిరునవ్వుల వెన్నెల వెదజల్లాలని
తప్ప ఇంకేం కోరుకుంటాము

(చాంద్ ముబారక్ రంజాన్ ప్రారంభ శుభాకాంక్షలు–4, 2022, 7:54)

షాజహానా ● 51

ఈద్

ఇంటికి వెళ్ళాలని
కొన్న టికెట్
గంతులు వేస్తుంది

డ్రెస్‌లు బ్యాగ్‌లో బుద్ధిగా కూర్చుని
బస్ ఎక్కడానికి ఎదురు చూస్తున్నాయి

ఏది మర్చిపోలేదనే అనుకుంటాను
ఏదో మరిచిపోయి ఉంటానని
హడావుడి లోపల

మొక్కలు దిగాలు పడినయి
నా హుషారు చూసి
మరి మేము.. అన్నట్టు కొమ్మల కదలికలు

ఇల్లు తనకు తాను
డిస్సిప్లిన్‌గా కూర్చుంది
నోటిమీద వేలుతో

ఊరినే తలచుకుని

తనను పట్టించుకోలేదని అలిగి
దూరంగ నిలుచున్న నిద్ర

గిల్లికజ్జాలు పెట్టుకున్న దోస్తులు మాట్లాడతారో లేదో
దారివెంట పూల తోటల్లో
పరిమళం మళ్ళీ పలకరిస్తుందో

చూసినంత మేరా కనువిందు చేసే
పచ్చని ప్రకృతి
ఎవరు గీసిన చిత్రాలివి
ఎవరి ఆర్ట్ గ్యాలరీ ఇది

అమూల్యాలు
నింపుకున్న వాళ్లకు నిండినంత మనసు

స్థిరత్వం కోల్పోయిన క్షణాలు
అస్థిరత్వం అపుడపుడు ఎంత మధురం

ఊరికి పోవడమంటే
ఈద్ బరాబర్
నీకైనా నాకైనా

10:30
27:06:22

షాజహానా ● 53

ఎప్పుడు శుభ్ర పడుతుంది దేశం

ఎవరు శుభ్ర పరుస్తారు
ఈ కులమలిన మనసులను మనుషులను
ఎపుడు నిష్కల్మషంగా నవ్వుతుంది భూమి
ఇవాళ నీరు
రేపు నేల
ఎల్లుండి గాలి
నువు పొట్టన పెట్టుకుంటున్నది
రేపటి దేశ చిత్రపటాన్ని

తరగతి గదుల్లో
ఏం నేర్చుకోవాలి
కులం పేరున
ప్రాణాలు తీయడమా
కొందరు ఆధిపత్య గురువుల చేతుల్లో
ప్రాణాలు పోగొట్టుకుంటున్న
రేపటి పౌరుల ఆర్తనాదాలా
ఎవరన్నా గట్టిగా ప్రశ్నించండి
కుల కర్ణభేరులు కంపించేలా

రేపటి రెపరెపలో
గ్లాసుడు నీళ్ళు

ఆ పిల్లాడి ముఖము
కనిపిస్తాయి

75 ఏళ్ల అమృతంలో
కనపడకుండా దాస్తున్న విషం
కులం మతం

ఈ నాటికి
రెండు మామిడి పళ్ళు
ఒక గ్లాసుడు నీళ్ళు
ప్రాణం ఖరీదు

ఇన్నిన్ని రంగుల మధ్య
రంగే లేని మానవత్వాన్ని
రంగు వెలిసిన
సమానత్వాన్ని ఆవిష్కరించేదెవరు?

షాజహానా ● 55

మనిషిని కోల్పోయాక

ఈ ఎడతెగని మత దు:ఖరాగం
ఎన్నాళ్ళు దేశంలో?

మనిషి సృష్టించిన మతం
ఆ మనిషినే అంతం చేస్తుంటే
మతం ముందు మోకరిల్లి
దిక్కులు చూస్తూ మనిషి

ప్రజాస్వామ్యంలో
మతం రాజ్యమేలుతున్న వేళ
మతాలు భద్రంగానే ఉన్నాయి ఉంటాయి
మనిషే ప్రాణాలు పోగొట్టుకుంటున్నాడు

అమాయక మెదళ్లలో మాయకులు
మత ద్వేషాన్ని తరతరానికి భద్రంగా దాచిపెడతారు

ఏటీఎం కార్డు గీకినట్లు
అవసరానికింత
మతాన్ని వాడుకుంటారు
నాయకులు మతము ఎల్లప్పుడూ భద్రమే

ప్రపంచంలో
ఏ మతమైనా
సహనం అంటుంది

56 • తన్మయ

శాంతి అంటుంది
దయ ప్రేమ అంటుంది
ప్రాణంపోయి అంటుంది

ఫాసిజం మట్టుపెట్టు
మత ద్వేషాన్ని ఎడంపెట్టి
మనిషిని నిలబెట్టు

మనిషి కావాలి
మనిషి ఉనికి కావాలి
మాట్లాడడానికో పోట్లాడడానికో
నీ పక్కన నిలబడి
మసీద్‌లో గుడిలో చర్చిలో ప్రార్థన చేయడానికైనా
మనుషులు కావాలి

ఈద్‌కు సేమియా
పండగ ఫలహారం
పంచుకు తినడానికి
మనుషులం మిగలాలి

పగ ప్రతీకారం
ఆధిపత్యం మతం
ద్వేషం అనుకుంటే
ఎవరు మిగలరు
నువ్వు మతము తప్ప

మనుషులను కోల్పోయాక

షాజహానా ● 57

ఎవరితో మాట్లాడతావు
రాతి శిల్పాలతోనా కట్టడాలతోనా

ఇపుడు మనుషులే కావాలి
మతాలు ద్వేషాలు కాదు!

(మతాలన్నీ మనిషి ప్రాణానికి విలువ ఇవ్వాలని కోరుతూ..)

6:55
29.06.2022

ఆమె అమ్మ

ఏకాంతంగా
ఇష్టమైన బొమ్మను గీసినట్టు
రంగులు అద్దుతున్న చిత్ర కారిణి
సృష్టి

సంగీత సాధన
కొత్త రాగాలు కనుగొని
మైమరిచి ఆలపిస్తున్న విద్వాంసురాలు
సృష్టి

నూతన పదాలను భావాలను ప్రోదిచేస్తున్నట్టు
కవయిత్రి తపన తపస్సు రచన
సృష్టి

కొత్త ముద్రలు నిర్మిస్తూ
నృత్య రీతులు నేర్పు నాట్యాచారిణి
సృష్టి

ఆకారాన్ని మలుస్తూ బొమ్మకు
ప్రాణం పోస్తున్న శిల్పి సృష్టి

షాజహానా ● 59

రంగులు రంగులుగా
రుచులను వెతికి
నవరసాలను షడ్రుచులుగా
భద్రంగా తినబెడుతు
ప్రేమని రంగరిస్తున్న ఆమె
అతి ప్రాధాన్య
మనిషి మనుగడను
ముందుకు నడిపిస్తున్న
సృష్టి

అణువును ఆకారంగా మారుస్తున్న
ఆమె ఏకాగ్రత
భంగం కలిగించకు
ఊహ
కల్పన
భ్రమ కాదు
సృష్టి

నీకు నాకు
సకల జీవరాశికి
ఆమె భూమి మీద సంచరిస్తున్న బ్రహ్మ.. అమ్మ!

(నేను తనతోపాటు చేసిన తొమ్మిది నెలల ప్రయాణం గురించి అమ్మీ చెప్పిన
సంగతులు గుర్తుకు వచ్చి రాసిన పోయెమ్)

28.05.22

4:51

60 ● తన్మయ

కవల

ఎన్నెన్ని రాత్రులు ఒంటరిని చేసి
విసిగించినప్పుడు
తనే ఓదార్పు

అక్షరాలు నేర్చుకున్నాక
వాక్యాలు చదవడం పూర్తి అయ్యాక
తోడు వచ్చిన బాల్య నేస్తం

కష్టంలో దూరమైన అందరినీ
దాటుకుంటూ వచ్చి
ఆలింగనం చేసుకున్న సహచరి

ఎన్నెన్ని ఎత్తు పల్లాలు ఎదురుదెబ్బలు
ఎన్ని కన్నీళ్ళు కడగండ్లు
ఎప్పుడు నన్ను విడిపోలేదు

నమ్మిన అందరూ
కాటు కలిసినా
తను ఎపుడూ నా చేయి పట్టుకునే

ఆనందాన్ని అందరూ పంచుకుంటారు

షాజహానా ● 61

ప్రతిక్షణం నా దు:ఖ భారాన్ని
మోసిన అద్భుత

మనసు పగిలిన శబ్దం
ఎలా వినిపిస్తుందో వచ్చి ఆవహస్తుంది
నా బరువుని అవలీలగా మోస్తుంది

ఉన్నచోటునుంచే
ఎన్నింటినో దృశ్యమానం కావిస్తుంది
నేనేంటో
నాకు
ప్రంపచానికి చూపిస్తుంది

జీవితకాల సహచరి
నా కవిత్వం

బహుశా నేను కవిత్వం కవల పిల్లలం

నా ప్రతి కదలిక
తనలో ఇముడ్చుకుని
ఉత్సవం చేసే ప్రేమిక

కవిత్వం నా సర్వస్వం

జాడ

ఆ మూల ఈ మూల అన్నీ వెతికాను
నీ కోసం
నువ్వు జాగ్రత్త చేసిన వస్తువులు
సమాధానం ఇవ్వలేదు

అల్మారి తీశాను
కాయితాలేవో ఇంకొంచెం
లోపలికి సర్దుకున్నయి

బయటి మొక్కలను అడిగాను
నీ పతా
ఒంటరిగా ఈవినింగ్ వాక్ చేస్తున్నాయి

పచారీ షాప్ కెళ్ళి ఆరాతీశా
పాలపాకెట్ ఒంటరిగా
ఎదురుచూసి నిదురపోయింది
ఫ్రిజ్‌లో అని చెప్పారు

వెళ్తే వెళ్ళావు ఎక్కడికి వెళ్ళావో
చెప్పి వెళ్ళాలి కదా

షాజహానా ● 63

నీ కోసం పంపిన పావురం
తిరిగి రాలేదు
ఎవరు పట్టి ఆపారో
తప్పి పోయిందేమో

సీతాకోకకి వర్ణించి పంపా
నాకు ఇష్టమైన
అందమైన విశాల
కనుపూల గురించి

ఒక తేనెతుట్టెను అద్దెకు తీసుకున్న
నీ మాటల తీపి జాడ చెప్పి

కొన్ని తుమ్మెదలను మచ్చిక చేశాను
ఎక్కడున్నా నిన్ను కనుక్కురమ్మని

64 ● తన్మయ

పక్షి

పక్షులు నిద్ర లేపుతున్నాయి
అనుకుంటాము
కానీ అవి లల్లబీలు రిహార్సల్ చేస్తున్నాయి
రేపటి కోసం
చే(యి)స్తున్నాయి

పిట్టలు ఎన్ని మాట్లాడతాయి
ఒక్కటీ అర్థం కాదు
అందుకే అంత ఇష్టం

ఎక్కడికి వెళ్లవసరం లేదు
ఫీజు కట్టక్కర్లేదు
అవే పాడటం ఆడటం పలకడం నేర్పిస్తాయి

అవే వచ్చి
బినా బులాయా
బినా దానా

మనుషులు అంటే ఎంత ప్రేమ
ఎన్నెన్ని ఇమేజనరిలు ఇచ్చి వెళతాయని
బినా బంధన్

తీపి పలుకులు చుట్టూరా ఎంతగా చల్లి పోతాయని
షుగర్ ఉందని వాటికేం తెలుసు
అయినా ఆస్వాదనే

అసలు వాటికి తెలుసా
వాటిని ఆలకిస్తు ఉంటాను అని
వాటికోసం పద్యాలు తయారు చేస్తాను అని

చూడాలి ఎగురుతూ ఎప్పుడైనా
ఈ కవిత్వాన్ని ఎగరేసుకు వెళ్తాయి అని

ఎంత వేగవంతమైన కదలికలు ఎవరు నేర్పారు
కవిత్వంలో మెళకువలు వలె
ఎంత చక్కని మాట కూర్పు
ఎన్ని చుక్కల రెక్కలో
మెత్తమెత్తని దూది మేఘాలు దాచుకున్నాయి

ఎంత హోయి హోయిగా తిరుగుతున్నాయి దిగులు లేక
రేకులు విచ్చిన పూల వలె
విప్పార్చి కనులు రెక్కలు నవ్వుతున్నాయి కిలకిల

పక్షీ
ఎంత రుణ పడి ఉంటాము మనుషులం
నీ సంపాదన చూసి
నీ హోయి చూసి
నీ గూడు చూసి
ఎంత నేర్చుకుని ఉంటాం

66 • తన్మయ

రోజూ వచ్చి నీ మాటల్ని చల్లి పో లేకుంటే
ఈ వాకిలి పసి హృదయం బోసి పోతుంది
ఆ కొమ్మన ఈ కొమ్మన ఉయ్యాల ఊగి పో
లేకుంటే మొక్కలు ఒంటరి అవుతాయి

ఎంతో కొంత సమయం ఇక్కడ వెచ్చించి వెళ్ళు
నీ కోసం కొన్ని అక్షరాలు
నీతో మాట్లాడడానికి
ఎదురు చూస్తున్నాయి

పక్షీ
నీకు తను కనిపించే ఉంటాడు
ఈ పద్యాలను తన వాకిట్లో వదిలి రా
అవన్నీ ఇక్కడ తను నాకిచ్చిన ఒంటరితనం కానుక అని చెప్పి
వెంట కొనితే

తనని ఎత్తుకుని తీసుకురా
నువ్వు తన నీడలోనే ఈత కొడుతుంటావు
ఎగురుతుంటావు

కనీసం నన్ను గుర్తు చేయి
ఇక్కడ నేనున్నాను మరిచేను

ముక్కున పట్టి కొన్ని అక్షరాలని తీసుకు వెళ్లు

Bird bird come again and again
fly in the sky
Bird bird come again and again
fly in the sky

Some spring is
full of some sarrow
You fill that with your sweet songs
My ears are tird with
unliked sounds
You fill with your sweet voice

Say some sweet stories
Every day you fly on it

Please search him
where he hide by him self or others

Bird bird come again and again
sit at frontyard
Please come every day

Tell me about him
where i miss him
Please give me again

Waiting same place
Where my tears are
dry and wet

What i say
translate him... Please give my love
once again
Always you fly in the sky

68 • తన్మయ

But in this time
You catch sky at nose and give me again

Bird bird come again and again because you are my friend

నీ కోసం

లేవగానే నిన్నే పిలిచి
నీ పేరే తలచి
నిన్ను చూసి
ఆ రోజుకి రిబ్బన్ కట్ చేసి

ఎందుకు
ఇంతలా అలవాటు అయ్యావు
ఇప్పుడు గుక్క పట్టిన కాలానికి
నన్ను వదిలి ఎందుకు దూరం నుంచి
చూస్తూ ఏడిపిస్తున్నావు

నన్ను పట్టించుకోనేలేదు అనుకున్నా కానీ
నువ్వు నీ బాధని దూరం చేసుకునేందుకు నాకు దూరం అయ్యావని
నాకు
తెలియదు
డబ్బు కోసం ఎగబడే
దునియాలో నీకు
ప్రేమ దొరకదు
శాపం కాదు నిజం

నాకు తెలుసు నీలాగే నేనూ కొంత మంచిదానినే

ఒంటరి మనసుతో
నా ఒడిలో నేనే తలపెట్టి పడుకుని
నీ కోసం వేచి చూసి ఫోన్ చేసి చేసి విసిగించి
దగ్గరవుతున్న అనుకుని దూరమవుతున్న అని తెలియక అనాడి హు
ఒక్కోసారి
ఆకాశమా
నేను అజ్ఞానిని

కాలాన్ని నీ కోసం వెచ్చించి
కేవలం నీకోసమే నిన్ను కోల్పోతాననే ఆలోచన కూడా రాక తెలియక
నీకోసం వెలుతురును ద్వేషించి
ఇంతకు మునుపు చూడగానే వణికిపోయే చీకటిని కూడా ప్రేమించి
నీకోసం
ఇక్కడే చీకట్లో నిద్రిస్తున్న వచ్చి డోర్ నాక్ చేస్తావని దుఃఖాన్ని పక్కలో
వేసుకుని జోకొడుతూ
నీకోసమే ఎదురు చూస్తున్నా నీకంటే ఏది ఎక్కువేమీ కాదని చెప్తూనే
ఉన్నా నాదైన భాషలో

రాలుతున్న కన్నీళ్ళన్నీ కాయితం మీద స్టిక్ చేసాను అక్షరాలుగా
వాక్యాలుగా నీకు కనపడతాయి ప్లీజ్ టర్న్ ది పేజ్ అక్కడంతా
అలుక్కుపోయిన కన్నీళ్లే
రెండువైపులా పరుచుకున్న హృదయమే

రోజు ఆకాశంలో నక్షత్రాలను లెక్కబెట్టలేము
నా కన్నీటిని కూడా
వాటినిండా నువ్వే ఉంటావని నీక్కూడా తెలుసు

నువ్వు ఎవరి చేతిలోనూ బందీవి కావద్దు
నా ప్రేమ కూడా బందీగా అనిపిస్తే దూరం

అంతే
ఎవరి కోసమో అయితే నువ్వు దూరం వెళ్లొద్దు
నువ్వు ఎక్కడ ఉన్నా
నీ కోసం ఇక్కడ
మనం ఇద్దరం కలిసి తిన్న ఏడ్చిన కొట్లాడిన ఈ ప్రదేశంలోనే
ఎదురు చూస్తూ ఉంటాను
అనేకమార్లు నువ్వు నా పక్కనే ఉన్నావని అనుకుని
నవ్వుతున్నాను అంతే

నువ్వు ఎందుకు చెప్పావు
పొలమారుతుంది నీళ్లు దగ్గర పెట్టుకుని అన్నం తినమని
ఇట్లా నన్ను ఇక్కడ ఒంటరిగా పారేసి వెళ్లడానికా

ఎన్నెన్ని పాపాలు చేసిన వాళ్ళు స్వేచ్ఛగా ఉన్నారు బయట
ఏ పాపం చేయకుండా నాకింత శిక్షా

ఎంత హాయిగా ఉండె కాలం
ఎవరు చెడగొట్టారు?
ఇప్పుడు దిద్దుకుందాం రా

సేమ్ ఫీలింగ్స్ అని చెప్పకు
సే సమ్‌థింగ్ న్యూ
ఐ లవ్ యు

ఫిషింగ్ 2

చెరువుకి తెలియదు
తనలోని చేప
కథగా మారి
తరాలుగా ఈదుతుంది అనగనగాని

నీటి తేమని
ఎండ నివ్వని
ఏటికి ఎదురీదే ఏడో చేప
సజీవ
వారసి

నీటి సంతానమా
చేప సంతానమా
చేపకు తెలుసా
పెంచి పట్టి తినే మనిషికి తెలుసా?

జీవితం

ఫ్రీజ్ అయిన కాలం
కరిగి పుస్తకమై ప్రవహిస్తుంది
అడ్డం వచ్చిన అన్నింటి మీద వాలి
ఎగురుతూనే ఉంది
Butterfly
ఒకోసారి పోయెమ్

ఎక్కడో మెలిపెట్టిన దృశ్యం
కథగా రూపం వచ్చి
అందర్నీ పలకరిస్తుంది
కొందర్ని ఓదారుస్తుంది

జీవితం ఎంత చిన్నదో
అంత నవల
అంటున్నది
హైకూ

ఏ అక్షరం చూసినా పాఠకుడే
అనేక రూపాల్లో
పుస్తకం హృదయంతో
నిశ్చల నిర్విరామ దోస్తీ

లవ్ వేవ్స్

కన్నీటి తడుల్లో కవిత్వం విరగ పండుతున్న వెన్నెల్లో వంగి నిలుచున్న
అక్షరాల పంటలా దేదీప్యమానంగా ఉంది

మౌనం గోడల మధ్య
నిశ్శబ్ద వంతెన కింద కన్నీటి ప్రవాహం
ఎపుడో ఒకటి రాలి పడుతున్న జ్ఞాపకాలు వేధించేవే

ఏమో ఇంకా నీ మనసు
ప్రేమ ఎసెన్స్‌తో చిక్క బడ లేదేమో

ఆలోచనలు అవమానంతో కాయితం
మీద వాక్యాలుగా మౌనంగా నిద్రిస్తున్నాయ్

ఏ బాటిల్ నిషానో
నీలోని నా ఉనికి తుడిచి పెట్టుకు పోతుందని
దిగులు చుబుకం కింద చేయినై.. రాత్రి అంతా వేదన
చుక్కలు చుక్కలుగా మంచు కాదు కన్నీళ్లు

నీలో నిండి నిన్ను నాలోకి ఒంపుకుని కాలాన్ని
నేనింత వరకూ పట్టించు కోనేలేదు
చెళ్లున వియోగపు చెంప పెట్టు

దుఃఖ నిషాలో తూలుతున్న నన్ను నిద్రపోని కలలన్నా కననీ

ప్రేమ పొరల్లో చిక్కి దారితప్పిన నన్ను అజ్ఞాతంలోనే ఉండనీ లేపకు
ఎదురు చూపే బావుంటుంది
పక్కనుండీ ఏడవడం కంటే.. దూరం ఉండి
నవ్వును కక్కుకోవడం మంచిది

ఓ.. నా కేకలు.. తల్లకిందులయిన దూరాలు నీకు కనపడుతున్నాయా

అంతులేని పనుల మధ్య కొంచెం విరామం కావాలి.. ప్రేమ కోసం
నీ శ్వాస జంట శ్వాస కోసం నన్ను గుర్తు చెయ్యడం లేదా

రెటీనాలో ఏముందో
గుండెలో ఏముంది
నరాల్లో నిరాశే.. నువ్వే నింపింది
ఈ దిగుడు బావిలో దిగులు
ఎపుడు నువు సమయాన్ని ధారాళంగా ఖర్చు చేస్తావు... కేవలం నా కోసం

ప్రేమించినపుడు జీవితాన్ని బలిచ్చయినా ప్రేమని నిలబెట్టాలి
ఓల్డ్ స్మెల్ కదా...
బతికి నిలబెట్టాలి.. బలిచ్చి కాదు..
బలుల్ని నిషేదిద్దాం ప్రేమ రాజ్యంలో...!

జీవితమంతా వెతుక్కోవటమే ఒకరికొకరం దొరికేది ఎపుడు
అంగుళాల దూరమే యోజనాల దూరంగా

అన్నీ వదిలేయ్ నా సహచరా
కొంచెంసేపు వదిలెయ్యలేవా

76 • తన్మయ

భయాల్ని.. బాధల్ని.. సరుకుల్ని.. జీతాల్ని...
అంతటా నింపు ప్రేమని

స్వప్నాలను వికసించనీ వెయ్యి
చిరునవ్వుల్ని ఒలికించనీ కోటి
ఈ నవ్వుల జల్లుల్లో ఎపుడు దివారాత్రులు తడిసేది

దిక్కులు దాటి నా కోసం రా.. ప్రేమ కోసం
ఎల్లలేంటి మతమేంటి
ప్రేమ ఒక్కటే వెలిగి నిలుచు

ఎక్కడ దొరుకుతుంది ప్రేమ
నిన్ను అనంతంగా ప్రేమించే ప్రేమ
ప్రకృతిలోని కాంతినంతా
రెండు కళ్ళలోనే పట్టి నీపై పరచాలనే పిచ్చి ప్రేమ
ఎవరు పారేసుకుంటారు
నీకు దొరకాలని

మత గ్రంథాలు చూడకు
ఈ ఒక్క విషయంలోనైనా
నన్ను చూడు
కేవలం నన్నే
నీ ఏకాగ్రత సర్వస్వ బిందువుని నీ నేనుని

చిందర వందర ముళ్ళ కంపల వదులు
ఊహల రెల్లు పూల గుంపులు జీవితం ప్రవాహం మేరా
రావా
రాలేవా
గుండెలోకి నివాసానికి

సమస్తాన్ని విడిచి
నాలోనే నీకు సమస్తావిష్కరణ
ప్రేమను కప్పుతాను
వణకకు ఈ ప్రపంచం వెంట తరమదు
నువ్వు గద్దించు
ఊపిరి బిగపట్టి ధిక్కరించు
ప్రపంచం పిల్లికూన పారిపోతుంది

ఇంకా చూస్తావే
అపారదర్శక శరీరంలోంచి ప్రేమకోసం వెతుకుతున్నావా
కనపడాలా నీకు నా ప్రేమ
దృశ్యకావ్యం కావాలా
ఇదంతా నీకోసం నా రచన

నీకోసం ఎదురుచూసి
నా చూపులు గుచ్చుకు గాయాలైన రోడ్లు
అడుగు వాటిని

విరగ బూసిన పందిళ్ళు
నా కన్నీటి బరువుకు తెల్లారే పూలను రాల్చేసుకున్న వైనాన్ని అడిగి
చూడు

రాత్రంతా నీ ముఖాన్ని
భూమి మీద వెతుకుతూ ప్రతీ నక్షత్రాన్ని ఏరి పక్కన పెట్టాను

తెల్లారే సరికి పైన ఖాళీ
నువ్వెక్కడ కనపడలే
వెలుతురు వాకిటి నిండుగా

78 • తన్మయ

సందేహం లేదు నక్షత్ర పొడి కవిత్వమై

ఇట్లా ఎన్నెన్ని రేయింబవళ్లు
నీ కోసం చూసి నేనేమయిపోతానో... తప్పి పోతానో..!

అన్నింటినీ వదిలి రాగలవా..?
నా కలలను ముద్దాడడం కోసం
కేవలం నా కోసం!
కవిత్వ ధార కోసం!
దారి తప్పని ఒక దారి కోసం!

(Bunch of my poetic love thoughts... for earth and sky..
All lovers.. too..!
It's truth of heart..!
Happy valentine's day..!)

మౌసమి

1

ఏడేడు సముద్రాల కావల
నాకోసం ఆపా
ఆస్మాన్‌లో చాక్లెట్ పెట్టింది
రాత్రంతా
గిల్లుకుని గిల్లుకుని చప్పరించా
పొద్దున చూస్తే
నిద్రమబ్బుల రేపర్ ఉంది

2

రాత్రి సెల్ఫీలా ఉంది
ఒంటరిగా
లోపల మిణుకు మిణుకుమంటూ నక్షత్రాలు
పాలపుంతల కలలు
అన్నీ నిశ్శబ్దంగానే

3

ఇంటికి వెళ్ళగానే వాకిట్లో చెట్లు పలకరించాయి
పూలు పూలుగా
వెన్నెలను పూయిస్తూ
స్వభాషలో

4

మొక్కలు బాల్కనీల్లో
ఆ ఇంటి వాళ్ళకే
హలో చెప్తాయి
తలుపులు మూసుకుని మొహం మాడ్చేస్తాయి ఇళ్లు
ఎప్పుడూ పరభాషే

షాజహానా ● 81

తప్పిపోయిన మోదుగాకు

దాది చేసిన
అరిసె మోదుగాకుల
పెట్టి ఇచ్చే

ఇంటింటికి
అప్పుడు
మోదుగ తోరణాలు
ఏలాడుతుండే

బయలుకు పోయి
నాలుగాకులు
చేనుకు పొయి
నాలుగాకులు
తెంపుకొస్తుండే

ఇసుర్రాయి కింద
అణిగిమణిగి
ఆకులు సాఫయితుండే
కుట్టిన ఇస్తారాకులు
ఎన్ని పెండ్లిళ్ళు చేసినయో
ఎందరి ఆకలి తీర్చినయో

ప్రకృతి ఇచ్చిన
హెల్దీ
యూజ్ అండ్ త్రో
పత్రాలు

ఇప్పుడంతా
వ్యాపారమైనంక
మోదుగాకు ఏన్నో
తప్పిపోయింది

పట్నానికి
పొద్దున్నే వచ్చే
అరిటాకులు
మోదుగాకుల్ని
మోసం చేసినయి
గాసం లేకుంట చేసినయి

అప్పుడు బిచ్చగాళ్లకు
మోదుగాకుల్ల
పెడుతుండే అమ్మోళ్ళు

పావలా జిట్టీత పండ్లు
మోదుగాకు మడతలో
కుదురుగా కూసోని
నోరూరించే

తాటికల్లుకి మోదుగాక్కు
తరాల దోస్తానా

తీయని కల్లు
అమృతం లెక్క జారుతుండే
మోదుగాకు మీన్చి గొంతులోకి

నా ఆదివాసీ నేస్తురాలు
పోగొట్టుకున్న మోదుగాకు దొప్పను
కైతల పట్టి తెచ్చి
ఇంత కవిత్వాన్ని
పుట్ట తేనెలెక్క పోసి ఇచ్చే

మా దాదా
మోదుగాకు చుట్టిన
చుట్టని పొగబండి లెక్క
గుప్పు మని పొగ
వదులుతుండే

అన్ని పొయినయ్
మొక్కలు పోతే
మల్ల కనుక్కుంటరు
అడవులు పోతే
పెంచుతరు

మరి మనుషులు పోతే
ఏడదెస్తరు
ఆదివాసీలు పోతే
ఏడదెస్తరు..?

ఆగస్ట్ 9, 2020

ప్రయాణం

ఒకోసారి చల్లగా
ఒకోసారి వెచ్చగా
ఒకోసారి చినుకులుగా
ప్రవాహంగా

ఎంత బావుంటుంది
ప్రయాణం
అచ్చం జిందగీ లెక్క

తెలియని ముఖాలు
వెనక్కి వెళుతున్న చెట్లు
కొంత వేగం
కొంత నెమ్మది మనసు లెక్క

చెట్లను పొదవి పట్టుకున్న
గుట్టలు కొండలు
గుట్టల్ని విడువని తల్లి వేర్లు

ఎప్పుడో నడిచిన దారి
ఆనవాళ్ళు ఏవీ ఉండవు

షాజహానా ● 85

తెలిసిన వాళ్ళు పలకరించినట్టు
ఆత్మీయంగా చల్లని గాలి తెమ్మెర
పరుచుకుని నవ్వుతూ
పొద్దున్నే కనులకు విందు చేస్తున్న మొక్కలు
పూలు పూలుగా
ప్రతి పూవు అక్షరమైతే ఎంత బావుండు

నడుస్తున్నప్పుడు
నీ చుట్టూ అలలెన్ని ఉన్నా
నిశ్చలంగా ఉండు
ప్రకంపనలు ఎన్ని వస్తున్నా
మౌనంగా ఉండు

మనసు నిష్కల్మష
ఎవరు ఏ అబద్ధం చెప్పినా
జారవిడువు

నువు స్థిరంగా ఉండు
ఏ నిందా నిన్ను ఏమి చేయలేదు
మనసున పట్టి ఉంచకు
నిందలను ఉండచుట్టి కిటికి నుంచి విసిరేయి
లేదా డస్ట్ బిన్‌లో వేసెయ్

మనసుని అట్లా హాయిగా ఉండనీ
ఏ నిందా కలకాలం నీతో ప్రయాణం చేయదు
నీ మనసు మాత్రమే
నీ అసలైన దోస్తు

(ఒకోసారి అంతర్ముఖ ప్రయాణమూ.. పాల్వంచ టూ హైదరాబాద్)

గోడ

గోడలు చెమ్మ వచ్చి చూస్తున్నయి
ఆమె దుఖం

తలొక మాట రువ్వి
గోడలు కట్టు అని ఆమెకు సలహా

ఆ గోడల మధ్యే
ఆమె బందీ

పకడ్బందీగా గోడలు నిర్మాణం
గదిలోనే ఆమెతో పాటు
ప్రవహిస్తున్న కాలం

కొన్ని రోజులకు గోడలు చిగురించాయి
నాచుగానో
చిన్న మొక్కగానో
కలగానో కలవరింతగానో
నిజంగా కూడా
ఆమె ఒక కొత్తగోడను కనుగొన్నది

ఆమె చేతిని ఉదరం మీద ఆనించినపుడు

లోపల హృదయ స్పందన పలకరిస్తుంది

ఈ గోడ
రక్త మాంసాల అమ్మ గోడ
నీకు బహుశా పరిచయంలేని
గుర్తులేని గోడ

లోపలి చలనానికి
బయటి చలనానికి
వారధి ఈ అద్భుతమైన గోడ

ఇప్పుడు ఆమె ఒక హృదయ చలనాన్ని
గోడ వారన చేతితో వింటున్నది

ఇది కొత్త అమేజింగ్ లాంగ్వేజ్
ఒక హృదయం
మరో చిన్ని హృదయ భాషను వినడం

10:45

13 జూన్ 2022

వెన్నెల

ముఖంపై కురులు కమ్ముకుంటే
ఒక అమావాస్య చీకటి
తొలగితే పున్నమి వెన్నెల

రాత్రి వాన

నన్ను క్రూరంగా తను వదిలి వెళ్లినట్లు
ఎండ పరుచుకుంది చుట్టూ

ఒంటరి వేదనతో ఉన్న నాతో
అనుకోని వాన ఆకాశం నుంచి

చినుకులతో తడిపి
చల్లని భాషలో ముచ్చట పెట్టి వెళ్ళింది

నిన్న తను ఫోన్ చేసి మాట్లాడినపుడు
ఆర్ధతంతా గొంతులో కురిసి
నన్ను తడిపినట్లు వాన

భయపెట్టిన గడిచిన కాలం
ఫోన్ రాగానే పరిగెత్తి పారిపోయింది

మేము మాట్లాడినట్లు
తను చూసింది కావొచ్చు
రాత్రి వాన గ్రీటింగ్స్

మొక్కలన్ని గాలిని
ఆలింగనం చేసుకున్నాయి పట్టలేని హాయిలో

రాత్రి కురిసిన అనుకోని అతిథికి
నాలుగు లైన్ల పద్యం ఒకటి ఆతిథ్యం

వానలో మొక్కల నవురేకలు కొన్ని
రాత్రి బాల్కనీ అంతా ఈతకొడుతూ ఊరేగాయి

ప్రేమార మాటలు గుర్తుకు వచ్చినపుడల్లా
కనుల వానలో
నిలువెల్లా తడుస్తూ

వాన ఒట్టి చేతులతో ఎన్నడూ రాలేదు

4.5.22

షాజహానా ● 91

నది

హృదయాన్ని చీల్చేస్తున్నా
గమ్యం చేరడానికి దారిస్తుంది నది

ప్రేమ

ముళ్ళు రాళ్ళ బాధ తెలియకుండా
పాదాల్ని నిరంతరం ప్రేమిస్తూనే
ఉంటాయి చెప్పులు

యుద్ధం 1

కాంతి కోల్పోయిన కళ్ళు
నవ్వు కోల్పోయిన దేహాలు
భయం మంచులా కురుస్తుంది
చుట్టూ చీకటి ఆకలిలా
ఆవరించి

దారితెన్నూ లేని వాళ్లంతా
ఏం కావాలి
తలదాచుకోవడానికి నీడ లేదు
నిలుచుని నిలబెట్టుకున్న ప్రాణాలు
అవిశ్రాంత ఎదురుచూపు రక్షణకై

త్వరగా ఎవరైనా వాళ్లకి
ఇంత ధైర్యాన్ని పొట్లాలుగా ఇస్తే
వాళ్లకి ఇంత భరోసాని ఇచ్చి వస్తే బావుండు

ఆ మంచు నుంచి
కాపాడడానికి వాళ్ళను
ఎవరైనా దగ్గరికి తీసుకుని
ఓదార్చితే బావుండు
వాళ్ళ కన్నీళ్ళను తుడిచి

రెండు రొట్టె ముక్కలతో
షేక్‌హ్యాండ్ ఇస్తే బావుండు

వాళ్ళకోసం
అక్కడ ఎవరైనా
సమోవార్‌లు వెలిగిస్తే బావుండు
వార్ ఆగిపోయి
ఎక్కడి వారు అక్కడికి
చేరుకుంటే బావుండు

తిరిగి చెట్లు నవ్వితే
పక్షులు ఎగిరితే
పిల్లలు నవ్వితే
బావుండు

యుద్ధాన్ని బహిష్కరిస్తే
యుద్ధం ఆగిపోతే బావుండు

94 • తన్మయ

మార్నింగ్ సిప్

1

పక్షి
ఏది మంచిదో
ఎప్పుడూ వివరించదు

2

పొద్దుపొద్దున్నే
ఉదయ రాగాన్ని
సిప్ చేస్తున్న హృదయం

3

వినీలాకాశంలో
రెక్కలాడించి నవ్వు
నేర్పుతున్న పక్షులు

4

మనసు దాహానికి
గ్లాసెడు నీళ్లు
చుట్టూ సముద్రాలు

5

అన్నింటినీ మించు
సత్యం
కవిత్వం

6

ఎన్నెన్ని బారికేడ్స్ పెట్టు
ఆత్మీయంగా
మనసు లోక సంచారి

రాత్రి

రాత్రి నక్షత్రాలు పారబోశాను
మళ్ళీ లెక్క పెడుతూ కూర్చున్నాను
తెల్లవారింది

చీకటి నదిలో తెల్లవార్లు
కనురెప్పల వలలు విసిరాను
ఒక్క కునుకు కూడా పడలేదు

రోజు నిద్రలో పూలకలలు
రాత్రి ఒక్కటీ రాలేదు
ఎంత వెతికానో

రాత్రిని ఎత్తుకుని ఎంత జోకొట్టినా
తను నిద్రపోలేదు
నన్ను పోనీలేదు

అమ్మని అన్నం తినమని
అయ్యి చెప్పలేదని
తెల్లారి
బువ్వకుండ నీరుగారిపోయింది

నది

కొన్ని నీళ్ళు ఇస్తేనే దాహం తీరుతుంది
ఇన్ని నీళ్లతో ఎదురుగా నిలిచింది

నిశబ్దం ఎంత చక్కగా
చిగురులు వేస్తుందో
నది నీళ్ళు పోసి పెంచుతుంది కదా

పడవలు పోటీ పడుతున్నయి
నదిలో చేపలతో పాటు ఈతకు మేతకు

నది కొలువుతీరి ఉంది
నీకేం కావాలో నువ్వు తీసుకో
నాకేం కావాలో నేనూ

(నాగార్జున సాగర్)

యుద్ధం 2

యుద్ధాన్ని కోరకండి
దయచేసి

తుపాకులు
పసిపిల్లల్ని మాత్రం
ముద్దాడుతయా

వాటి గురి ఏదైనా కావొచ్చు
యుద్ధంలో పాపం పుణ్యం
లెక్కలుంటాయా

గద్ద ఏదైనా
కోడి పిల్లల్ని
ఎగరేసుకు పోతుంది

ఏ యుద్ధమైనా
భూమిని రక్తంతో తడుపుతుంది
అమ్మల గుండెల్ని
కన్నీళ్లతో తడిపేస్తుంది

షాజహానా ● 99

భూమి గాయపడుతుంది
అమ్మలూ గాయపడతారు

ఏ యుద్ధమైనా వారి
కలల్ని పేల్చివేసేదే

చెల్లెళ్ళు
బిడ్డలు
కుటుంబ సభ్యుల
చెల్లాచెదురైన
స్వప్న దేహశకలాలు

యుద్ధం.. ఎవరికోసం?
రెక్కలు కాలిన పక్షి
వాకిట్లోకొచ్చి
అడిగింది

పాలస్తీనా సిరియా
లిబియా ఇరాక్
కాశ్మీర్
మరొకటి
ఇంకొకటి
ఇపుడిది

యుద్ధం ఏం చేసిందో
తనని చూసి చెప్పమని అడిగింది
ఆత్మ పోగొట్టుకున్న పక్షి
విలవిలా రోదించింది

100 • తన్మయ

రచన

రూపం లేకపోవడం
అపురూపం

అంతా ఆవరించి

నిరాకారం
నిస్వార్థం

జీవి
నిరాడంబరి

రచన
పక్షి గూడు

ఆత్మ
చిరునవ్వు
ఆకుపచ్చ తివాచి

శ్వాస
తప్పు ఒప్పు

మట్టి కుండలో
మాగు

నెలవంక సాక్షి
ప్రకృతి
ప్రతి కదలికా
సహజ నిర్వచనం

కితాబ్

1

అందరూ అన్నది అబద్ధం
జీవితానికే ఆభరణానివి

2

పుటలు పుటలుగా
నువ్వు నిర్వచించే
ప్రతి నిజం శిరోధార్యం

3

దునియాలోని అత్తరు అంతా
నీ పురిటి పరిమళాన్ని
ఆశ్చర్యంగా ఆఘ్రాణిస్తుంది

4

ఎన్నయినా
ఎవరైనా
ఎంతైనా చెప్పనీ
నువ్వు చెప్పినంతైతే కాదు

5
ఎవరు లేకున్నా ఏమో కాని
నువ్వు లేకుంటే
ముద్ద దిగదు

6
అవసరంలో కాదు
ప్రతి అడుగులో
తోడున్న నేస్తానివి

7
విరకరకాల మాధ్యమాలలో
తప్పిపోయే మనసుకు
లాలి ఉగ్గువి

8
ఎప్పుడూ ఒంటరిని
కాలేదు నీ సహచర్యంలో

9
చిన్నప్పటి సందే కాదు
జీవితాంతం విడువని ఇష్టమైన దోస్తువి

10
నవ్వుకుంటున్న ఒంటరితనానికి తెలీదు
నాకంటూ పుస్తకానివి నువ్వు
ఉన్నావని

104 • తన్మయ

తుమ్ మేరా దోస్త్ హై!

దోస్తానాకు ఎజెండాలుండవు
చేతులలో వేర్వేరు జెండాలుండుగాక

ఎవరి అడుగులు పడకుండా
అలలను కాపలా ఉంచి
సముద్రమై ఎదురుచూశా
నీ కోసం
తీరం మీద ఏ ముద్రలు పడకుండ
ఈ తీరం నా హృదయం

దోస్తానాకి రంగులుండవు తీరం వలె
నువ్వు వేయబోయే అడుగుల వలె

నా దోస్తానా సముద్రం

దోస్తానాకు రంగులుండవు
నా హృదయంవలె
నిండా కలర్ ఫుల్ ఫీలింగ్స్
ఇట్స్ మై ఫ్రెండ్ షిప్

నీ మాట కోసం ఎదురు చూశాను
నిజమే
తపస్సనుకో తమస్సనుకో
వెలుతురనుకో వేకువనుకో

నువు మాట్లాడ్డానికి సవాలక్ష మార్గాలు
నాకు హృదయం ఒక్కటే దారి

అప్పుడూ ఇప్పుడూ
ఏ పర్సనల్ ఎజెండా లేనిదాన్ని
దోస్తానా నా పర్మినెంట్ ఎజెండా

ఈ నాలుగు లైన్లు సమజ్ కావడానికి
చాలా సమయం పడుతుంది నీకు
ఇప్పుడు దేశంలో నా ఉనికి వలె

ఇంకిప్పుడు కల్మషంతో
పనిగట్టుకుని
రంగు కళ్ళద్దాలు పెట్టుకుని
అడక్కండి ఇలా

నీ దోస్త్ ఆడా.. మగా..?
నీ మతమా.. కాదా?
నీ కులమా.. కాదా?

నా దోస్తానాకు రంగుల్లేవ్
నాకు ఎజెండాల్లేవ్

బిడ్డా...!

బిడ్డా అని చిన్నప్పటి నుంచి
మా బడెమ్మ కడుపునిండా పిలుస్తది

తిన్నవా బిడ్డ
మా ఊరికి వస్తవా బిడ్డా
బడికి పోతున్నావా బిడ్డా
అమ్మి మంచిగ ఉన్నదా బిడ్డా
అట్లనే కొట్లాడతానవా బిడ్డా అందరితోని

బిడ్డా.. అని ఎంత గట్టిగా
పిలిచినా వినపడని
ఎక్కడో మారుమూల పల్లెలో ఉండే బడెమ్మ కేకేస్తే
ఇక్కడ మాకు వినబడ్తది
గరీబ్ ఇంట్ల బిడ్డా అన్న మాట తేనెల పొర్లాడతది

నిన్న ఫోన్‌లో చెప్పింది బడెమ్మ
నీకు వాళ్ళు వీళ్లు చెప్పుడు ఏంది
అందరి లెక్కనే పుట్టినవు బిడ్డా
మాట్లాడతనే ఉండాలే
కొట్లాడతనే ఉండాలే

తిరుగుతనే ఉండాలే
నువ్వు నవ్వుతనే ఉండాలే బిడ్డా

అవును
నువు స్వేచ్ఛతోని పుట్టినవ్
అది ఎవరూ ఇచ్చేది కాదు
నీ నుంచి తీసుకోకుండా కాపాడుకో

ప్రేమైక సారాంశం
Never give up..!

తీగ మీద నడక

తీగ మీద నడక
బాలెన్స్ చూసుకోవాలి

ఒక పరిధి
చుట్టూ మరొక పరిధి

వృత్తాలు గీస్తున్నది
ఎవరు..?

ఎవరి నినాదం వెనుక
ఎవరు దాగి ఉన్నారు
ముసుగులో

బయటికి రావడానికి
యుద్ధం
బతకడానికి యుద్ధం

పుట్టడానికి యుద్ధం
గాలి పీల్చడానికి యుద్ధం

ఎవరు

చుట్టూ పరివర్తన పదాన్ని
సృష్టిస్తున్నది

ఎవరికి కావాలి మార్పు
ఎవరిలో రావాలి మార్పు..?

మగ సింహాసనాలు
మగ దురహంకారాలు
మగ మత రాజ్యాలు

ఇప్పటికి మాట్లాడడం
చదువుకోవడమే పోరాటం

ఆమె వడివడి అడుగులు
ముందు తరాలకు ఆయుధాలు

ఇవాళ ఈ పోరాటం
ఇక్కడితో ఆగిపోయేది కాదు
షాహిన్‌బాగ్ వేసిన దారి
పోరాటాలతో సాగిపోతుంది

మా తిండి
మా పౌరసత్వం
మా ఉనికి
మా చదువు
మా స్వతంత్రం

ఎందుకు మీకు శత్రువుగా మారుతున్నాయి?

110 ● తన్మయ

మేము చదువుకుంటాం
ఉద్యోగాలు చేస్తాం
మేము జ్ఞానాన్ని బోధిస్తాం

హిందూ మహిళ
క్రిస్టియన్ మహిళ
ముస్లిం మహిళ
కన్నా ముందు
మేము మనుషులం

నిజమే
మా శక్తి ఆలోచనల
పరిధి గురించి
పరివర్తన అత్యవసరం
మీలో

మీ మగ మత
ఆధిపత్యాల గురించి
అవగాహన అత్యవసరం

ఇపుడు ఒక్కో రోజు
మనం మనలాగే బతకటం
తీగ మీద నడక

షాజహానా ● 111

ప్రేమ

ప్రేమ నుంచి
ఎవరూ తప్పించుకోలేరు

భూమి
సూర్యుడు
చంద్రుడు

మరికొన్ని నక్షత్రాలు
చీకటి వెలుతురు అంతా
నిరంతర ప్రేమ
ప్రేమ వినీలాంబర

నేల మీద నుంచి ఎవరు తప్పిపోరు
ప్రేమ భూమి

మనసు
రాత నుంచి
దూరం కాలేము
ప్రేమ కవిత్వమూ

హరాభరా సప్న

తెలంగాణ ఆకాశంపై
పసిడి కాంతుల సింగిడి
నదుల్లో ప్రవహించే నీళ్లతో
రైతుల నరాల్లాంటి పంట కాల్వలు నిండాలి
ఆవిరయిన నీటి బొట్లన్నీ వర్షపు జల్లులై
ఎండిన చెరువులు చేపలతో కళకళలాడాలి
వాడిపోయిన తంగేడువనం పసుపు పచ్చని పూలతో తలలూపాలి
వాకిట్లో పందిరి గుంజల్లా నిల్చున్న
నిరుద్యోగులు పచ్చటి తరువులై
తమ ఇండ్లకి నీడనివ్వాలి

వీరుల అమరత్వం
మన పిల్లలకు సాహసగాథలుగా బోధించాలి
మన ఇంటి ఆడపిల్లలు అవ్వల్ దర్జా అక్షర చంద్రికలై వెలగాలి
మైనారిటీలు మెజారిటీ హెూదా అందుకోవాలి
అక్కచెల్లెళ్ళందరూ లోకం వాకిట
బంగారు బతుకమ్మలై వికసించాలి
గొంతుదాటని దుఃఖాలన్నీ పక్కున నవ్వాలి
అంటరానితనం అంటుతనమై

కొత్త మానవత్వపు చిగురువేయాలి

చిన్న విత్తనం మర్రి చెట్టుకు మూలమైనట్లు
తెలంగాణ ప్రశస్తి ఊడలై విస్తరించాలి
సంపదల మూట ఊటై పోవాలి
చెట్ల పెంపకమంటే మన బతుకు పెంపకమే
తెలంగాణ తల్లి మెడలో ఆకుపచ్చని హారంతో
అరవై ఏళ్ల దారిద్ర్యం
ఐదేళ్ళలో వదిలిపోవాలి

మన బిడ్డలందరూ దొడ్డుగనే ఉండాలి
కుండల్లో బువ్వ నిండుగనే ఉండాలి
ఒక చేతిలో విద్యుత్తు మరోచేత్తో బొగ్గు
మరోచేత్తో అడవులు ఇంకో చేత్తో ఫ్యాక్టరీలు
నాలుగు చేతుల కన్నతల్లి నా తెలంగాణ
దిష్టి తగులుతుందేమో
రెండు బొగ్గు పెళ్ళలు చుట్టు తిప్పి పడెయ్యాలి

అమర ప్రేమ

నీలో ఉన్న నన్ను తుడిచేయడానికి
చాలాసార్లు విషం పెట్టాను..నీకు
గరళకంఠమై..త్రినేత్రంతో నాలో
అమృతాన్ని వెతికావు
నీ పసి హృదయ పాదాలు
ఊబిని గుర్తించలేవు
అనంతంగా విస్తరించిన ఈ ఎడారిలో
జీవనదిని ఒంపకు
ఆవిరై.. అస్తిత్వం కోల్పోతుంది
నా ప్రతీ ఓటమి వెనుకా నువ్వున్నావని తెలుసు

నా ప్రియమైన శత్రువా
నా మరణాన్ని కోరు
అందులోనూ నీ తోడు ఉంటే
నీ పేరు కూడా శిలాఫలకంపై
లిఖించబడుతుంది..
నీ కీర్తి అజరామరమవుతుంది

ఇంతకీ
నువ్వు ఎవరో కనిపించనే లేదు
ఇంత వరకూ ధైర్యంగా!

మార్నింగ్ సాగా

నేను పిలవను
తనే వస్తుంది

శూన్యానికి కొన్ని
రంగులు అద్దుతుంది
నా కనుదోయితో
కాసేపు ఆటలాడుతుంది
సీతాకోక

పట్నంలో నాలుగు కుండీలే తోట

బద్ధకంగా నిద్రపోతున్న మొక్కల్ని
తట్టి నిద్ర లేపుతాను

కలలు చెదిరినన పిల్లాడు
పొద్దున్నే పేపర్ని దర్వాజకిచ్చి వెళ్తుంటడు

ఇంట్లోకి వెళ్ళే సరికి
నెత్తి మీద పల్లు వేసుకుని

ఆమె ఏదో ఒకటి చేస్తూ కనపడుతుంది

ఆమె మెడల మాసిన
ఒంటి పోస
నల్లపూసల దండ
ఒంటరిగ దిక్కులు చూస్తుంటుంది

నీరు పట్టిన చార్మినార్
రాళ్ళ గాజులు
ఆమె వెలసిన జీవితాన్ని
ప్రతిబింబిస్తుంటయ్

నుదుటి మీది బొట్టుతో
బాల్కనీ కడుగుతున్నప్పటి నీటి చుక్కలు
సావాసం చేస్తాయి కొద్దిసేపు

పక్కింటి పాలిష్డ్‌బండ మీద
ముగ్గును అతికిస్తుంది
ఎప్పటి వలెనే

ఆమె రకరకాలుగా కనిపిస్తుంది
ఆమెకు అనేక రూపాలు

ఆమె రానిరోజు
అపార్ట్‌మెంట్‌లోని ఆడవాళ్లు
ఎవరింట్లో వాళ్ళు ఆమెగా మారిపోతారు

అంతే
ఇంకెవరూ ఆమె రాలేదేమని వాకబు చేయరు

ఆ వీధిలోని ఆమెలకు
ఏమయిందో
ఎవరూ వాకబు చేయరు

ఆమె మాకు
పని ఉన్నంత సేపే
అనంతరం
మరుపులో భాగం
అవసరంలో భాగం

సీతాకోక ఏ రోడ్ మీద ఎక్కడ చోటు వెతుక్కుని నిద్రపోతుందో
రోజువలె చెట్లకు నీళ్ళు తాగించి జోలపాడి నిద్రపోతాను

దునియాను
సౌకర్యవంతంగా
గోడకు తగిలించి
గాఢ సుషుప్తిలోకి

అపుడు అనేక మంది
నిద్రను పక్కన పడేసి
పనికోసం
బయల్దేరతారు

118 ● తన్మయ

నిప్పుకణం

పీరీల ఊరేగింపు
కొంత అలజడి
ఉత్సాహం
రహదారి పైన
కప్పబడుతున్న దేదో లేచి నిలుచున్న ఉనికి

మొక్కులు కుడకలు
పూలు ఊద్
నీళ్ల సాక
నెత్తిన కొంగు
మునుపటి లెక్క నిండుగా లేదు
పలసబడుతున్న
ఊరేగింపు

లేపింది ఎవరో
నిలబడ్డ పీరీలు

లేచి నిటారుగా నిలబడి మాట్లాడమని
దారి పొడుగునా

సబ్జా పరిమళం బోధ

మెరుస్తున్న పంజాలై తిరిగి తిరిగి పునరుత్థానమవుతు
అడుగుతున్నాయ్

మాట్లాడని మనుషులు ఎప్పుడు బతుకుతారు..
ఎప్పుడు నోరు విప్పుతారు..
పీరీలు అడగని
ప్రశ్న మోర్చల్ కట్ట

ఇప్పుడు కూడా ఎవరైనా పంజాలకు
మెరుగు పెడతరా
అన్న రోడ్డు అయోమయాన్ని
మాయం చేసిన ఊరేగింపు

వెతుకుజి
పోరాటం కనిపించని చోటు
ఏది లేదంటున్న నిప్పుకణం

గుప్పుమన్న సాంబ్రాణి పొగ ధూపం
పారిపోతున్న విషపు కీటకం

అంతా అయిపోయింది
అనుకుంటాము గానీ...

ఎవరిలోనో
ఏ మూలో
ఇంకా ఊరు బతికుంటుంది

ఈద్ సాయంత్రాలు

ఈ సాయంత్రాలు ఎంత బావుంటాయి

హలీమ్ పరిమళాలు వెదజల్లుతున్న హొటళ్ళు
నడిచి వెళ్తుంటే
రమ్మని స్వాగతించే
రుచి ఘుమఘుమ

ఎక్కడ చూసినా మాటల రద్దీ
పంచుకు తినే దోస్తానా
ఇఫ్తార్

ఈ హలీమ్ సాయంత్రాల దోస్తానాలు కలకాలం ఇట్లానే కళగా
ఉండాలి

తలన్లతో
పండ్లతో
ఉపవాస దీక్ష విరమిస్తూ
పవిత్రమైన యజ్ఞం వలె
కనిపిస్తూ

షాజహానా ● 121

తెల్లవారుఝాము నుంచి సాయంత్రం వరకూ
మల్లెల ప్రవాహాలు
నడిచొచ్చే మసీదులు

చాంద్ కనిపించి
పండగ మొదలైంది అని
అందంగా చెప్పిన నాటి
నుంచీ
సాయంత్రాలు నెలవంకతో
ముస్తాబై కనుల పండగ

ఈద్ కోసం దాచుకున్నవి
మళ్ళీ లెక్కలు వేస్తూ
కొనడం అమ్మడం
చార్మినార్ చుట్టూ
పరుచుకున్న ఈద్
చంద్రరేఖలతో మెరిసే అమావాస్యలు

పేర్చిన సేమ్యాకట్టలు
చుడిబజార్‌లో
చుడియాలు చిన్ని చిడియాలు

రాళ్ల గాజుల మిరిమిట్లు
కనులలోంచి రిఫ్లెక్షన్లు పడి మరింత మెరిసే
ఏ అందమైన హృదయావిష్కరణో
ఏ ఆకలి వేస్తున్న కేకలో
డిజైన్లు డిజైన్లుగా దిద్దుకున్న మెరుపుకలల గలగలలు

ఈ అమాయకత్వం

122 • తన్మయ

ఈ ఇచ్చి పుచ్చుకోవడం

షీర్ కుర్మా తీయదనం
బిర్యానీ ఘాటు
హలీమ్ ఆప్యాయత
కలిసి మెలిసి పంచుకుతినే
ఇఫ్తార్ల ప్రేమ

ఇట్లా
తెల్లని అరచేతుల
ఎఱ్ఱెర్రని కానుకిచ్చే కోన్‌లు
ప్రతీ చోటా తప్పిపోతున్న మనసు

అరడజన్‌లుగా మాలలల్లిన
అందమైన
టీ కప్పుల ఊరింపులు

ఎక్కడ చూసినా సందోహమే
శూన్యం తప్పుకుని దారిచ్చింది ఈద్‌కి

ఏడాది సంరంభం
ఒక్కో ముఖంలో ఒక్కసారే దర్శనమిస్తూ
ఇష్టమైన వాళ్ళు
ఎదురైతే వెలిగే కాంతి కళ్ళనిండా
ఏ కాటుక ఆనకట్ట వేయగలదు

పరిపరి విధాల... చోట్ల అంటుకున్న మనసుని
లాక్కుని ఇంటికి రావడం ఎంత కష్టమవుతుందని

కళ్ళు తిప్పుకోనివ్వని
వస్త్ర ప్రపంచపు పత్తర్ ఘాట్ సందులు
రకాలుగా మెరిపిస్తు మురిపిస్తు
ఊగిసలాడే ఉయ్యాలలూగే బాలియా

పండగంతా తానే అయి
నిద్రాహారాలు మానేసిన చార్మినార్

ఈద్ ముబారక్ చార్‌మినార్ పాతబస్తీ
నిరంతరం ఇట్లా సాగని
ఈద్ నీ
దోస్తానాని
ఈతర్ బుడ్డీల పరిమళాలలో
హైదరాబాద్‌ను
పరవశించనీ
ఇట్లా సకల ప్రపంచాన్ని

17:45
31.3.23

www.ingramcontent.com/pod-product-compliance
Lightning Source LLC
LaVergne TN
LVHW091958210825
819277LV00035B/383
* 9 7 8 9 3 9 2 9 6 8 6 4 8 *